ന്യജഗ്ഗരപ്പട്ടി

Yuvajana Samithi Publication
Ochira

SWARGAPPETTI
By Anil Babu K.
Poetry / Malayalam

First Published: August, 2024

Typesetting: Bodhi Books
Cover & Book Design:
Chembarathi Creatives

ISBN: 978-81-19770-37-3

Price **Rs.160**
Production No. B-B-176-1-100-08-24

Bodhi Books
Nedumpana PO, Kannanalloor
Kollam - 691576, Kerala, India
E-mail: bodhibooks03@gmail.com
Tel: +91 9447304886

Printed and bound in India by
Repro Mumbai

സ്വർഗ്ഗപ്പെട്ടി

കവിതകൾ

അനിൽ ബാബു കെ.

യുവജനസമിതി പബ്ലിക്കേഷൻ
ഓച്ചിറ

പ്രസാധകക്കുറിപ്പ്

നാടിന്റെ സർഗ്ഗാത്മകതയെ നാം തന്നെ അടയാളപ്പെടുത്തുന്നു

ഈ നാടിന്റെ സാഹിത്യ, സാംസ്ക്കാരിക, സാമൂഹിക രംഗങ്ങളിൽ നിറഞ്ഞുനിൽക്കുന്ന യുവജനസമിതി - യുവജനസമിതി പ്രഭാരാജേന്ദ്രൻ സ്മാരക ഗ്രന്ഥശാലയുടെ നേതൃത്വത്തിൽ യുവജനസമിതി പബ്ലിക്കേഷന്റെ നാലാമത്തെ പുസ്തകമാണ് പ്രസിദ്ധീകൃതമാകുന്നത് എന്നത് ഏറെ സന്തോഷത്തോടെ രേഖപ്പെടുത്തട്ടെ.

പ്രദേശത്തെ സർഗ്ഗസന്നദ്ധരായ എഴുത്തുകാരെ കണ്ടെത്തി പ്രോത്സാഹിപ്പിക്കുക എന്ന ദൗത്യം ഏറ്റെടുത്ത് മുന്നേറുകയാണ് ഈ ഗ്രന്ഥശാല. കാലത്തോടൊപ്പം സഞ്ചരിക്കുന്നതിലുള്ള ധന്യതയോടെ കെ. അനിൽബാബുവിന്റെ സ്വർഗ്ഗപ്പെട്ടി എന്ന കവിതാസമാഹാരം നിറഞ്ഞ സന്തോഷത്തോടെ ഓച്ചിറ യുവജനസമിതി പ്രഭാരാജേന്ദ്രൻ സ്മാരക ഗ്രന്ഥശാല പ്രസിദ്ധീകരിക്കുന്നു.

യുവജനസമിതി പബ്ലിക്കേഷൻ
ഓച്ചിറ, കൊല്ലം

മുഖവുര

മുഖവുരയിൽ അലങ്കാരങ്ങളില്ല. അടുക്കിന്റേയും ചിട്ടയുടേയും അഹങ്കാരങ്ങൾ തീരെയുമില്ല.

വായനയിൽ നിന്നാണല്ലോ എഴുത്തുകളുടെ തുടക്കം. എന്നാലിത് രണ്ടും എന്നാണ് തുടങ്ങിയതെന്നോർമ്മയില്ല. ഓർമ്മക്കൂട് തുറക്കുമ്പോൾ കാണുന്നത് പഠിക്കുന്ന പുസ്തകങ്ങളോടൊപ്പം അവയേക്കാൾ സമയം അപഹരിച്ചിരുന്ന മുട്ടത്ത് വർക്കിയും ചെമ്പിൽ ജോണും ജോൺ ആലുങ്കലും ബാറ്റൺ ബോസും തോമസ്. ടി. അമ്പാട്ടും മറ്റും മറ്റുമായിരുന്നു.

ഡിക്റ്ററ്റീവ് ത്രില്ലർ നോവലുകളായിരുന്നു അന്നും ഇന്നും ഇഷ്ടം. ടാറ്റാപുരം സുകുമാരനും കെ. കെ. ഭാസ്കരൻ പയ്യന്നൂരും മുട്ടത്ത് വർക്കിയും രാമനാഥനും മറ്റും വിവർത്തനം ചെയ്ത ദുർഗ്ഗാ പ്രസാദ് ഖത്രിയുടേയും ജയിംസ് ഹാർഡ്‌ലി ചേസിന്റേയും ആർതർ കോനൻ ഡോയലിന്റേയും അഗതാക്രിസ്റ്റിയുടേയും നോവലുകളിലേക്കുള്ള വഴുതിയിറങ്ങൽ പിന്നീട്.

ആദ്യം അച്ചടി മഷി പുരണ്ടതൊരു കഥയിലായിരുന്നു. അന്നത്തെ (ഇന്നത്തേയും) മുഖ്യധാരാ ആഴ്ചപ്പതിപ്പായിരുന്ന കലാകൗമുദിയിൽ. അതിൽത്തന്നെ 'സാഹിത്യ വാരഫലം' എന്ന സാഹിത്യ നിരൂപണ പംക്തി കൈകാര്യം ചെയ്യുന്ന എം. കൃഷ്ണൻ നായർ സാർ എന്റെയാചെറുകഥയെ വിമർശിച്ച് നിലത്തിട്ട് ചവിട്ടിക്കൂട്ടി.

കവിതകൾ ആലപിക്കുന്നതൊരു വികാരമായി മാറിയ കാലം. (അന്ന് തൊഴിലില്ലാത്തവന്റെ ശാദ്വലഭൂമിയായിരുന്ന സമാന്തര വിദ്യാഭ്യാസ സ്ഥാപനങ്ങളിൽ മലയാളം പഠിപ്പിച്ചിരുന്നു). എഴുത്തച്ഛനും ചെറുശ്ശേരിയും നമ്പ്യാരും ആശാനും ഉള്ളൂരും വള്ളത്തോളുമൊക്കെയായിരുന്നു മനസ്സിലും വാക്കിലും. ഒരിക്കൽ മഹാകവി പി. യുടെ 'കവിയുടെ കാല്പാടുകൾ' എന്ന ആത്മകഥ (അതോ ആത്മ കവിതയോ?) വായിക്കാനിടയായി.

അതൊരു രണ്ടാം തുടക്കമായിരുന്നു. പിന്നൊരു ഭ്രാന്തായിരുന്നു. കവികളേയും കവിതകളേയും കൂടുതൽ ആഴത്തിലറിയാനുള്ള ഭ്രാന്ത്. ചങ്ങമ്പുഴ മുതൽ എ. അയ്യപ്പൻവരെ തലച്ചോറിൽ പ്രകമ്പനങ്ങൾ സൃഷ്ടിച്ചോടിനടന്നു.

നീത്ഷയേയും ടി.എസ്. എലിയട്ടിനേയും കാഫ്കയേയും നെരൂദയേയും മാർക്വിസിനേയും റൂമിയേയും ജിബ്രാനേയും എന്ന് വേണ്ട പാശ്ചാത്യ-പൗരസ്ത്യ സാഹിത്യകാരന്മാരെ പരിചയപ്പെടുത്തി, അവരുടെ എഴുത്തിന്റെ ആഴങ്ങളിലേക്ക് തള്ളിയിട്ട്, കടമ്മനിട്ടയുടേയും അയ്യപ്പപ്പണിക്കരുടേയും ചുള്ളിക്കാടിന്റേയും സച്ചിദാനന്ദൻ മാഷിന്റേയുമൊക്കെ കവിത ചൊല്ലിക്കേൾപ്പിച്ച് എന്നെ ഭ്രാന്തനാക്കിയ ഒരു സുഹൃത്തുണ്ടായിരുന്നെനിക്ക് ശ്രീ. പത്മദാസ്. ഒരു പക്ഷേ അങ്ങേരില്ലായിരുന്നെങ്കിൽ ഇവിടെവരെ ഒരിക്കലും ഞാനെത്തില്ലായിരുന്നു (ഇന്ന് സെയിൽടാക്സ് ഉദ്യോഗത്തിലാണിഷ്ടൻ). അങ്ങേർക്കൊരു ഹൃദയചുംബനം.

ആയിടെയാണ് ലൈബ്രറി സയൻസ് കോഴ്സിന് തിരുവനന്തപുരത്ത് എത്തിച്ചേരുന്നതും എഴുത്തുകളിൽക്കൂടി മാത്രമറിഞ്ഞിരുന്ന സാഹിത്യകാരിൽ ചിലരെ നേരിൽ കാണുന്നതും പരിചയപ്പെടുന്നതും. കടമ്മനിട്ട സാറിനേയും ഒ. എൻ. വി. മാഷിനേയും കാവാലം പണിക്കർ മാഷിനേയുമൊക്കെ അടുത്തറിഞ്ഞു. എ. അയ്യപ്പൻ മാഷിന്റെ കൂടെ ലഹരിയുറയുന്ന കാലുകളുമായി നടന്നു. എഴുത്തിനേയും സാഹിത്യത്തേയും കൂടുതൽ അടുത്തറിയുകയായിരുന്നു.

അന്നൊക്കെ ഒരുപാട് എഴുതുമായിരുന്നു. പ്രശസ്തവും അല്ലാത്തതുമായ പല ആനുകാലികങ്ങളിലും കഥയും കവിതയുമൊക്കെ പ്രസിദ്ധീകരിച്ചുവന്നു. എന്നാൽ പെട്ടെന്നൊരു ദിവസം ഒരു മുന്നറിയിപ്പുമില്ലാതെ വാക്കുകളെന്നെ മറന്നു. എഴുത്തുകളെന്നെ വിട്ട് പറന്നു.

2005-ൽ ഓച്ചിറ ഗ്രാമപഞ്ചായത്ത് പബ്ലിക് ലൈബ്രറിയിൽ ലൈബ്രേറിയനായി ഓണറേറിയം വ്യവസ്ഥയിൽ ജോലി ലഭിച്ചു (ഇന്നും തുടരുന്നു). പക്ഷേ എഴുത്തെന്നെത്തിരക്കി വന്നില്ല. ഞാനൊട്ട് പിറകെ പോയതുമില്ല.

പിന്നീട് 2021-ഓടുകൂടി സമുഹമാധ്യമങ്ങളിൽക്കൂടി കുറേശ്ശയായി എഴുതിത്തുടങ്ങി. പക്ഷേ സജീവമായിരുന്നില്ല. ഫേസ്ബുക്കിലൂടെ പരിചയപ്പെട്ട അനവധി സുഹൃത്തുക്കൾ എന്നെ പ്രോ

ൽസാഹിപ്പിച്ചുകൊണ്ടിരുന്നു. അതിൽ എടുത്ത് പറയേണ്ടുന്നത് കവി ശ്രീ. സുനിൽ ശൂരനാടിനെയാണ്. മറ്റുള്ളവരുടെ കവിതകൾ ആലപിച്ച് ഫെയ്സ് ബുക്കിൽ പോസ്റ്റ് ചെയ്തിരുന്ന എന്നെ ചെവിപൊട്ടുമാറ് തെറിവിളിച്ച് "ഇനി സ്വന്തം കവിത ചൊല്ലിയിട്ടില്ലങ്കിൽ വീട്ടിൽ വന്ന് തല്ലു"മെന്ന് ശാസിച്ച് അദ്ദേഹമെന്നെ സജീവമാക്കി നിർത്തി. പല വേദികളിലും കവിയരങ്ങുകളിലും അയാളെനിക്കുകൂടി ഇടമൊരുക്കി.

ഒരുപാട് പേരെ പരാമർശിക്കാനുണ്ട്. എഴുത്തിൽ പാരമ്പര്യമൊന്നും അവകാശപ്പെടാനില്ല. ആത്മാംശമുള്ള എഴുത്തുകളാണ് ഈ പുസ്തകത്തിലെ പലതും.

എന്റെ എഴുത്തറിഞ്ഞ് നിറഞ്ഞ് സന്തോഷിക്കുകയും പ്രോൽസാഹിപ്പിക്കുകയും ചെയ്യുന്ന സഹോദരി മോളിയേയും സമൂഹമാധ്യമത്തിൽ എഴുതിത്തുടങ്ങിയപ്പോൾ മാത്രം എന്നിലെ എഴുത്തുകാരനെ തിരിച്ചറിഞ്ഞ് നിരന്തരമെന്നെ പ്രോൽസാഹിപ്പിച്ചുകൊണ്ടിരിക്കുന്ന നേരെ മൂത്ത ജ്യേഷ്ഠൻ പ്രിയപ്പെട്ട ജയനണ്ണനേയും ഇത്തരുണത്തിൽ ഓർക്കാതെ വയ്യാ.

എന്റെ എഴുത്തുകളെ അത്ഭുതത്തോടെ നോക്കി മനംനിറച്ച് സന്തോഷിക്കുന്ന ഭാര്യ സുമ, മക്കളായ ഋഷി-ആദികേശവൻമാൻ ഇവരേയും ഓർക്കാതെ ഇത് പൂർത്തിയാവില്ല.

നന്ദിപൂർവ്വം

കുട്ടിക്കാലം മുതൽ വായനയുടെ ആകാശ വാതിലുകൾ എനിക്കായി തുറന്നിട്ട നേതാജി ഗ്രന്ഥശാലയ്ക്കും പ്രവർത്തകർക്കും പിന്നെ അന്ന് മുതൽ ഇന്ന് വരെയുള്ള പ്രസിഡന്റ് ജഗന്നാഥൻ സാറിനും പ്രിയ സുഹൃത്ത് വി. എസ്. വിനോദിനും എന്റെയീ എഴുത്ത് പുസ്തകരൂപത്തിൽ പ്രസിദ്ധീകരിക്കാൻ തയ്യാറായ മേമന യുവജന സമിതി പ്രഭാ രാജേന്ദ്രൻ ഗ്രന്ഥശാലാ പ്രവർത്തകർക്കും പ്രത്യേകിച്ച് അദ്ധ്യാപന രംഗത്ത് എന്റെ സഹപ്രവർത്തകനും കൂടിയായിരുന്ന അരുൺസാറിനും....

പിന്നെ പ്രത്യക്ഷമായും പരോക്ഷമായും പിന്തുണച്ചവർക്കും വിമർശിച്ചവർക്കും സ്നേഹിച്ചവർക്കും പുച്ഛിച്ചവർക്കും, എല്ലാവർക്കുമായി..... വാക്കുകൾക്കതീതമായി....

നന്ദി

അനിൽ ബാബു. കെ.

അനിൽ ബാബു. കെ.

1970 ൽ കൊല്ലം ജില്ലയിലെ ഓച്ചിറയിൽ ജനനം. ഓച്ചിറ ഗ്രാമ പഞ്ചായത്തിലെ പബ്ലിക് ലൈബ്രറിയിൽ ലൈബ്രേറിയനാണ്. സമാന്തര വിദ്യാഭ്യാസ സ്ഥാപനങ്ങളിൽ മലയാളം അധ്യാപകൻ. സമകാലീന പ്രസിദ്ധീകരണങ്ങളിലും സമൂഹ മാധ്യമങ്ങളിലും എഴുതുന്നു.

അച്ഛൻ കേശവനാചാരി, അമ്മ പൊന്നമ്മ,

ഭാര്യ - സുമ,

ഋഷികേശവ്, ആദികേശവ് എന്നിവർ മക്കൾ

സമർപ്പണം

പാതിവഴിയിൽ ഉപേക്ഷിച്ചുപോയ പ്രതിഭയെ
തിരികെ വിളിച്ച് തന്നവർക്ക് !!
പിന്നെ,
വാക്കിന്റെ മുലപ്പാലിറ്റിച്ച് തന്ന്
എന്നെ പ്രോൽസാഹിപ്പിച്ച
പ്രിയപ്പെട്ട എന്റെവൾക്ക് !!

അവതാരിക

കാലം വിതയ്ക്കുന്ന വിനിമയങ്ങൾ

അന്തർവൈജ്ഞാനികപഠനത്തിന്റെ (Interdisciplinary) മേഖലയായി സാഹിത്യത്തെ നമ്മൾ അംഗീകരിച്ചുകഴിഞ്ഞു. അതുകൊണ്ടുതന്നെ സംസ്കാരപഠനത്തിന്റെ ഭാഗമായി സാഹിത്യത്തെ വിലയിരുത്താനുള്ള ശ്രമങ്ങൾക്ക് പ്രസക്തിയേറുകയാണ്. വ്യക്തിയെയും സമൂഹത്തെയും സ്പർശിക്കുകയും അനുഭവവേദ്യമാക്കുകയും ചെയ്യുന്ന സാംസ്കാരിക വിനിമയതലമായി സമകാലകവിതകൾ മാറിക്കഴിഞ്ഞു. ലിംഗനൈതികതയുടെ തിരിച്ചറിവുകളും പാർശ്വവൽകൃതരുടെ ആകുലതകളുമെല്ലാം പുതുകവിതകളിൽ ദർശിക്കാൻ കഴിയും. കമ്പോളയുക്തിയിൽ അടിപ്പെടുന്ന സാമൂഹികപരിസരങ്ങളെയും പാരിസ്ഥിതികസത്തയുടെ പ്രതിഫലനങ്ങളെയും സൂക്ഷ്മമായാണ് പുതുകാലകവിതകളിൽ ആഖ്യാനം ചെയ്യുന്നത്. മാറ്റിനിർത്തപ്പെടുന്നതെന്തും കവിതയുടെ കാമ്പായിമാറുന്ന ഈ കാലത്താണ് അനിൽ ബാബുവിന്റെ 'സ്വർഗ്ഗപ്പെട്ടി' എന്ന പ്രഥമ കവിതാസമാഹാരം പുറത്തിറങ്ങുന്നത്. ഇതിലെ ഏതാനും ചില കവിതകളെകുറിച്ചുള്ള സ്വാഭിപ്രായമാണിവിടെ രേഖപ്പെടുത്തുന്നത്.

ഇരുപത്തൊമ്പത് കവിതകളാണ് ഈ ഗ്രന്ഥത്തിലുള്ളത്. ആത്മാനുഭവങ്ങളുടെ സുതാര്യസൂചകങ്ങളായും കാലത്തിന്റെ ഘനീഭവിച്ച വിങ്ങലുകളുമായാണ് ഈ കവിതകൾ നിലകൊള്ളുന്നത്. ഉള്ളുരുക്കത്തിന്റെ ചൂടും പ്രതീക്ഷകളുടെ ഉർവരതയും ഈ കവിതകൾ ഉൾക്കൊള്ളുന്നു. പല കവിതകളും കവിയിലെ ഗഹനവായനയുടെ പ്രചോദിതമുഖമായാണ് പരിലസിക്കുന്നത്. നെരൂദയും ഹെമിംഗ് വേയുമെല്ലാം കവിതയായിത്തന്നെ എത്തുന്നുമുണ്ട്. ആർദ്രപ്രണയാനുഭങ്ങളുടെ അലകളുയർത്തിയ നെരൂദയെന്ന പ്രതിഭാസാഗരത്തെ തീരത്തുനിന്നാശ്ലേഷിക്കുന്ന കവിയെയാണ് 'പാബ്ലോ നെരൂദ' എന്ന കവിതയിൽ കാണാൻ കഴിയുക. കറുത്ത തിരമാലകളും മരിച്ച വാക്കുക

ളും പ്രണയശൂന്യതയുടെ ആഴങ്ങളായി മുമ്പിൽ തെളിയുമ്പോഴും, പ്രതീക്ഷയുടെ ശോണിതാക്ഷരങ്ങളുമായി നെരൂദയെ കവി ചേർത്തുപിടിക്കുന്നു. 'ഏണസ്റ്റ് ഹെമിംഗ്‌വേയക്ക് ഒരോർമ്മഗീതം' എന്ന കവിതയിലാകട്ടെ നിരാശ്രയത്തിന്റെ തുരുത്തിൽനിന്ന് പ്രതീക്ഷകളുടെ കടലാസുവഞ്ചിയുമായെത്തുന്ന ഹെമിംഗ്‌വേയുടെ സാന്നിദ്ധ്യമാണുള്ളത്. അതിരുകൾക്കതീതമായ മാനവികതയെ സാഹിത്യത്തിലൂടെ സ്വയത്തമാക്കിയതിനാലാകണം അനിൽ ബാബുവിന്റെ കവിതകളിലെ സ്ഥലികതയായ് ലെബനോണും ചിലിയുമൊക്കെ സ്ഥാനംപിടിക്കുന്നത്.

വാക്കുകളുടെ സവിശേഷമായ വിന്യാസത്തിലൂടെയാണ് കവിതയിലെ ആഖ്യാനസ്വരം (Narrative voice) വെളിപ്പെടുന്നത്. നാടൻഭാഷയിലെ ക്രിയോന്മുഖമായ വാക്കുകളിലൂടെ കാവ്യഭാഷയെ രേഖപ്പെടുത്താനാണ് അനിൽബാബു പരിശ്രമിക്കുന്നത്. കവിയോടുറ്റബന്ധംപുലർത്തുന്ന വാക്കുകളെക്കുറിച്ച് പല കവിതകളിലും പരാമർശിക്കുകയും മുഖ്യപ്രമേയമായതിനെ ആവിഷ്കരിക്കുകയും ചെയ്യുന്നുണ്ട്. ഇമേജറികളുടെ സമർത്ഥമായ വിന്യാസത്തിലൂടെ 'പുസ്തകം' എന്ന കവിതയിൽ വാക്ക് രൂപപ്പെടുന്നത് നോക്കുക.

''വലിഞ്ഞു മുറുകിയ മൃഗത്തോലിലേക്ക്
വീഴുന്ന മഴത്തുള്ളികളിലാണ്
നിന്നിലെ വാക്കുകളുടെ
നിശ്വാസം ഞാൻ കേൾക്കുന്നത്''.

വാക്കുകളെ വരേണ്യതയുടെ ആടയാഭരണങ്ങളിൽനിന്ന് മുക്തമാക്കുവാനുള്ള അഭിവാഞ്ഛ ഈ വരികളിൽ പ്രകടമാണ്. പഴകിമുഷിഞ്ഞ വാക്കുകളുടെ പ്രയോഗത്തിലൂടെ നിശ്ശബ്ദമായിത്തീരുന്ന ബന്ധങ്ങളെ 'പഴക്കം' എന്ന കവിതയിലും കവി ആവിഷ്കരിക്കുന്നുണ്ട്. 'കവിതയുടെ തലയിലെഴുത്ത്' എന്ന കവിതയിൽ നിർജ്ജീവമായ പറയാത്ത വാക്കുകളുടെ മരവിപ്പിനെ കവി കണ്ടെടുക്കുന്നുണ്ട്. നോവുകളുടെ മേലാപ്പായി തളിർക്കുന്ന വാക്കുകളുടെ തരുശീതളിമ സ്വപ്നമായെത്തുന്നുണ്ട് 'മറവി' എന്ന കവിതയിൽ. 'വാക്ക്' എന്ന കവിതയിലാകട്ടെ അനുഭവപ്രകാശനത്തിനാധാരമായ വാക്കുകളോടുള്ള തന്റെ ആശ്രിതത്വത്തെയാണ് കവി ആലേഖനം ചെയ്യുന്നത്.

അയഥാർത്ഥങ്ങളിൽ അഭിരമിക്കാനും യാഥാർത്ഥ്യത്തെ അവിശ്വാസത്തോടെ വീക്ഷിക്കാനുമുള്ള രാഷ്ട്രീയപരിസരത്തി

ലേക്ക് നാം ഏറെക്കുറെ എത്തിക്കഴിഞ്ഞു. 'വിശ്വാസം' എന്ന കവിതയിൽ മൂർത്തവും പരിചിതവും ജീവിതസന്ദർഭങ്ങളിലൂടെയാണിത് കവി ആവിഷ്കരിക്കുന്നത്. എന്ത് വിശ്വസിക്കണമെന്ന് തീർച്ചപ്പെടുത്തുന്ന സാമൂഹികമായ അബോധമണ്ഡലത്തെയാണ് ഈ കവിതയിൽ വിചാരണ ചെയ്യുന്നത്. പ്രബുദ്ധചിന്തകളുടെ പ്രകാശനത്തിലൂടെ ഇതിഹാസപാത്രങ്ങളെ വിലയിരുത്തുവാനുള്ള പരിശ്രമങ്ങൾ പുതുകാല കവിതകളിൽ കാണാൻ കഴിയും. ഇതിഹാസത്തിന്റെ ഏടുകളിൽ പാർക്കുന്ന വിധേയസ്വരങ്ങളുടെ വീണ്ടെടുപ്പാണ് 'പൂർത്തിയാകാത്ത മഹാഭാരതം' എന്ന കവിത. അധികാരഗർവിലമരാതെ പുതിയൊരു വ്യാസജനനത്തിനായി സത്യവതിയെ ക്ഷണിക്കുകയും 'സത്യമായും ഞാൻ പരാശരനല്ല' എന്ന് ഉറപ്പിച്ചു പറയുകയും ചെയ്യുന്നതിലൂടെ, അരികുവൽകൃതരുടെ ആശയാഭിലാഷങ്ങളെയാണ് ഈ കവിത വെളിപ്പെടുത്തുന്നത്. ഇതിനോടനുബന്ധമായ പ്രമേയതലമാണ് 'പൂർണ്ണവ്യാസകുംഭം' എന്ന കവിതയിലുമുള്ളത്. വീടും വീട്ടുപകരണങ്ങളുമെല്ലാം ആധിപത്യത്തിന്റെയും ഉപഭോഗജീവിതക്രമങ്ങളുടെയും സൂചകങ്ങളായി കവിതകളിൽ നിരന്തരം വന്നുചേരാറുണ്ട്. വീടെന്ന പ്രതീകത്തെ മറ്റു പ്രതീകങ്ങളിലൂടെ ആവിഷ്കരിക്കുന്ന ആഖ്യാനരീതിയാണ് 'വീട്' എന്ന കവിതയിലുള്ളത്. വീട് കവിയെ സ്വപ്നം കണ്ടുകൊണ്ട് തന്നിൽ നിറയ്ക്കേണ്ടതെന്തെന്ന് പറയുകയാണ് 'വീട്' എന്ന കവിതയിൽ. വീട്ടകത്തിന്റെ നോവുകൾ നിറയുന്നതാണ് 'അയാളുടെ ഒരു ദിവസം', 'പിറന്നാൾസദ്യ' എന്നീ കവിതകൾ.

ആഖ്യാതാവായ ഉത്തമപുരുഷന്റെയും പ്രഥമപുരുഷന്റെയും സാന്നിദ്ധ്യം പ്രകടമാകുന്ന വാമൊഴിവഴക്കം അനിൽബാബുവിന്റെ കവിതകളുടെ സവിശേഷസ്വഭാവമാണ്. വാമൊഴികഥാഖ്യാനത്തിന്റെ വിശദീകരണ സ്വഭാവത്തിലുള്ള കാവ്യാഖ്യാനരീതിയാണ് 'സ്വർഗ്ഗപ്പെട്ടി' എന്ന കവിതയിലുള്ളത്. സ്വന്തം വിശപ്പിനെ കെടുത്താനും ജന്മവാസനായാലുഴറുന്നവരുടെ ദാഹമകറ്റാനും ശ്രമിക്കുന്ന ത്രേസ്യയുടെ ദാരുണജീവിതമാണ് ഈ കവിതയിലുള്ളത്. കാലസഞ്ചാരത്തിന്റെ വേഗതയെ ഈ കവിതയിൽ സമർത്ഥമായാണ് ആവിഷ്കരിച്ചിട്ടുള്ളത്. ത്രേസ്യയുടെ ചിന്തകളുമായും ക്രിയകളുമായും വായനക്കാർക്കുണ്ടാകുന്ന ത്വരിതസംവേദനത്തിന് (Sense of immediacy) സഹായകരമായ ഭാഷാപാടവും ഈ കവിതയിൽ പ്രകടമാണ്. അനുഭൂതികളു

ടെ ചിതറൽ (Fragmentation) ദൃശ്യമാകുന്ന ഒരു കവിതയാണ് 'വന്യം'. വിഭ്രമകരമായ അവസ്ഥാവിശേഷമായി നിലകൊണ്ടുള്ള അനുഭൂതി പ്രസരണമാണ് ഈ കവിതയിലുള്ളത്. ജനിമൃതികളുടെ സംലയനമാണ് 'ഗർഭപാത്രത്തിലേക്ക് വീണ്ടും', 'മരം' എന്നീ കവിതകളിൽ നിഴലിക്കുന്നത്. കാലത്തിന്റെ തിരുത്തലുകളോടെ തെളിയുന്ന പ്രണയത്തെ പുതുകാലകവിതകളിൽ ശ്രദ്ധേയമായി ആവിഷ്കരിക്കാറുണ്ട്. 'പ്രണയം (മുൻകാല പ്രാബല്യത്തോടെ)' എന്ന കവിതയിൽ മരണത്തിനുനേരെ പുച്ഛത്തോടെ നിൽക്കുന്ന പ്രണയികളെയാണ് നമുക്ക് കാണാൻ കഴിയുന്നത്. 'പ്രേതവിവർത്തനം' എന്ന കവിതയിലാകട്ടെ സ്മരണയുടെ മധുരം മരണത്തിലേക്ക് കിനിഞ്ഞിറങ്ങുന്ന വേപഥുവാണ് പകരുന്നത്.

ഏതെങ്കിലും ഭാവുകത്വശാഠ്യങ്ങളെ പിൻപറ്റാതെ സ്വന്തമായൊരു കാവ്യവഴി തിരഞ്ഞെടുക്കുന്നവരാണ് പുതുകാല കവികൾ. ഇവരുടെ ശ്രേണിയിലാണ് അനിൽബാബുവും നിലകൊള്ളുന്നത്. ചാട്ടവാറടിയിൽ നിലകൊള്ളുന്ന ജീവന് സാന്ത്വനവചസ്സായി തന്റെ കവിതകൾ മാറണമെന്ന പ്രത്യാശ 'കവിതയോട്' എന്ന കവിതയിൽ കവി ആവിഷ്കരിക്കുന്നുണ്ട്. 'ആധുനിക കവിത', 'വാക്ക്', 'മറവി' തുടങ്ങിയ കവിതകളിലെല്ലാം കവിതയെതന്നെയാണ് പ്രശ്നവൽക്കരിക്കുന്നത്. ആർജ്ജവവും അനാർഭാടവുമായ ഭാഷാവിനിമയത്തിലൂടെ നൈസർഗികമായ തന്റെ കാവ്യശേഷിയെ സമർത്ഥമായി പ്രതിഫലിപ്പിക്കുവാൻ അനിൽബാബുവിന് കഴിഞ്ഞിട്ടുണ്ട്. അതുകൊണ്ടുതന്നെ സർഗാത്മകതയുടെ സത്ഫലമായി 'സ്വർഗ്ഗപ്പെട്ടി' എന്ന കാവ്യസമാഹാരത്തെ അടയാളപ്പെടുത്താൻ കഴിയും.

ഡോ. വി. നിധിൻ

കവിതകളിലൂടെ...

പൂർണ്ണ വ്യാസകുംഭം

പരാശരന്റെ
പഴയ
വിഷബീജമല്ല
വേണ്ടത്.
നാഡീ ഞരമ്പുകളെ
പ്രകമ്പനം കൊള്ളിച്ചാഴ്ന്ന്
ഗർഭത്തിൽ
പതിക്കുന്ന വീര്യം
''പൂർണ്ണവ്യാസകുംഭം''

* കാല വാഹിനിയായ ഓഘവതീ
തീരത്തിൽ നിന്ന് എന്റെ സത്യവതിയുടെ തേങ്ങൽ!!

വീട്

മിക്കവാറും എല്ലാവരും
വീടിനെ സ്വപ്നം
കാണുമ്പോൾ
വീടിന്റെ കിനാവിൽ
ഞാനായിരുന്നെന്ന്
വീട് പറഞ്ഞു.
(വീടെന്നെ സ്വപ്നം
കാണുകയായിരുന്നെന്ന്)

പിറക്കാത്ത വീടെന്നോട്
ഷെൽഫുകളെക്കുറിച്ച്
സംസാരിക്കും
പുസ്തകങ്ങളെക്കുറിച്ച്
പറഞ്ഞുതരും.
അവയെ
എങ്ങനെ,
എവ്വിധം
ക്രമീകരിക്കണമെന്ന്
കാണിച്ചുതരും.

അറിവാണ് ധനമെന്ന് (??)
നാഴികയ്ക്ക്
നാൽപ്പത് വട്ടം
പറഞ്ഞു കൊണ്ടേയിരിക്കും.

അപ്പോഴൊക്കെ
മുറ്റത്തെ വളക്കൂറുള്ള

മണ്ണിൽ
എന്റെ മക്കൾ
അദൃശ്യരായോടിക്കളിക്കും.
അടുക്കളയിൽ
എന്റെ പെണ്ണ്
പ്രതീക്ഷകളെ
വേവിക്കുന്ന
തിരക്കിലായിരിക്കും.

നമ്മൾ

പൊളികളുടെ
നാരായമുനകൊണ്ട്
എത്രകാലം
നാമിങ്ങനെ
കെട്ടുപിണഞ്ഞ ചിത്രങ്ങൾ
വരച്ചുകൊണ്ടേയിരിക്കും?

ഇരുട്ടിൽ നിന്നിരുട്ടിലേക്ക്
എത്ര
കണ്ണീർത്തോണികൾ
തുഴഞ്ഞാലാണ്
നാമീ നരകകവാടം
താണ്ടി
വെളിച്ചത്തിലെത്തുന്നത്?

എത്ര
തീക്കൊള്ളിപ്പാടുകളുടെ
വേതാള നൃത്തം
കഴിഞ്ഞാണ്
നാമൊരു
ജീവിതം
തെരഞ്ഞെടുക്കുന്നത്?

ഏതെങ്കിലുമൊരു
ഋതുവിൽ
വെച്ചിനിയെന്നാണ്
നമ്മുടെ

നിലവിളികൾ
കൂട്ടിമുട്ടുന്നത്?

(2023 ആഗസ്റ്റ് 11)

"പഴയ വാക്കുകളിൽ ആവിഷ്കരിക്കാൻ പറ്റിയ ചിന്തകൾമാത്രം അവതരിപ്പിക്കുകയോ അല്ലെങ്കിൽ അത്തരം വാക്കുകളിൽ പകരാവുന്ന ആശയങ്ങളെക്കുറിച്ച് മാത്രം ചിന്തിക്കുകയോ ചെയ്യുന്നവരാണ് നാം."

നീത്ഷേ

പഴക്കം

പണ്ടത്തെ
വാക്കുകൾ
തന്നെയാണ്
നിന്നെ
വിവർത്തനം ചെയ്യാൻ
ഞാനിന്നുമുപയോഗിക്കുന്നത്.

പഴകിയ
വരികൾകൊണ്ടാണ്
നിന്റെ
മഴയേയും
മഞ്ഞിനേയും
ഞാനടയാളപ്പെടുത്തിയിരുന്നത്

അത്തരം
മുഷിഞ്ഞ
ആശയങ്ങൾകൊണ്ടാണ്
ഇതുവരെ
നിന്നെ
ഞാൻ
പ്രണയിച്ചതും.

അതുകൊണ്ടായിരിക്കും
നിന്റെ

നിശ്ശബ്ദതയുടെ
രാത്രികൾ
എന്നെത്തേടി വരുന്നത്.

എന്റെ
വാക്കുകളും
ചിന്തകളും
വരികളും
ആശയങ്ങളും
പഴകി മുഷിഞ്ഞെങ്കിൽ
പുതിയവകൊണ്ടെന്നെ
തിരിച്ചെടുക്കുക.

വന്യം

കാട്ടാറിന്റെ കരുത്തുള്ള
ഒരു
വന്യമൃഗം.
അവന്റെ ചിന്തകളിലൊരു
കാട് മുരളുന്നു.

കാട്ടുചെമ്പകത്തിന്റെ
തീഷ്ണ ഗന്ധത്തെ
ഹനിച്ച്
അവന്റെ
പുരാതന തൃഷ്ണയത്രയും
ചുരമാന്തുകയാണ്.

അവന്റെ
കാട്ടുചോരയിൽ നിന്ന്
പ്രാകൃതമായ
വനസ്ഥലികളിലേക്ക്
വന്യമായൊരു
ക്രൗര്യം കുത്തിയൊഴുകുന്നു.

കാടിന്റെ നിലവിളികൾ
ഒടുങ്ങുന്നില്ല.

കാട് കണ്ണടച്ച
ഒരു നിമിഷം
ഒരു കാട്ടുപഴത്തിന്റെ മധുരം
അവന്റെ നാവുകളിൽ

പുഷ്പിക്കുന്നു.
അപ്പോൾമാത്രം
അവനപരിചിതമായ
അവന്റെ ഉടലിൽ
നിന്നൊരു വെളിച്ചം
പ്രസരിക്കുന്നു.

കനലെരിയുന്ന അവന്റെ
കണ്ണുകൾ കിനാവ് പൂക്കുന്ന
മറ്റൊരു കണ്ണിനെ ചൂഴുന്നു.
പ്രപഞ്ചം
സ്നേഹഗീതം
പൊഴിക്കുന്ന
കാടാവുന്നു.

അപ്പോഴും
പിന്നെപ്പോഴും
കാടിനെ നിശ്ശബ്ദത
പ്രണയിച്ചുകൊണ്ടേയിരുന്നു.

പ്രണയം
(മുൻകാല പ്രാബല്യത്തോടെ)

തിരക്കുകൾക്കിടയിലാണിപ്പോൾ
ഞങ്ങൾ പ്രേമിച്ചുകൊണ്ടിരിക്കുന്നത്.
ഞങ്ങളുടെ പുലമ്പലുകൾക്ക്
ആസക്തിയുടെ ഗന്ധമില്ല.
ഞങ്ങൾ പ്രണയത്തിന്റെ കാഞ്ചി
ഇതുവരെ അമർത്തിയിട്ടുമില്ല.

പക്ഷേ,
ഒരിക്കൽ ഞങ്ങൾ
തിരക്കില്ലാത്തവരായിത്തീരും.
ഞങ്ങളുടെ പുലമ്പലുകൾ
കവിതയായൊഴുകും.

കാഞ്ചിയിൽ വിരലമർത്തുകയും
ഞങ്ങളുടെ പ്രണയം
പൊട്ടിത്തെറിക്കുകയും ചെയ്യും.
ആസക്തിയുടെ വായ്ത്തലകൾ
ഞങ്ങളിൽ ആഴ്ന്നിറങ്ങും.

അപ്പോൾ,
പച്ചച്ചോരയുടെ ഗന്ധം
ഞങ്ങളുടെ ഉടലിൽ നിന്നൊഴുകും.

അങ്ങനെ
ഞങ്ങളുടെ പ്രണയം
മുൻകാല പ്രാബല്യത്തോടെ

മരണങ്ങൾക്ക്നേരെ
പുച്ഛത്തോടെ വാ പിളർക്കും.

കവിതയോട്

വരൂ....
നമുക്ക്
വേനലിൽ പെയ്യുന്ന
ആദ്യതുള്ളികളാവാം,
വിയർപ്പുപ്പിൽ
ലയിച്ച് ചുംബിക്കാം.

ഈ
നിരാശതയുടെ
നിശ്ചലതതൻ
നിശ്വാസങ്ങളെ
നിരാകരിക്കാം.

നെഞ്ചിൽ പൊള്ളുന്ന
ഡമരുതാളത്തിനീണമാകാം
പുലരികളെയുണർത്തി-
പ്പൂക്കളെ വിരിയിക്കാം.

വാക്കുകൾ കൊണ്ട്
നാം
പരസ്പരം മുറിച്ച വ്രണങ്ങൾ -
ക്കൊരുമിച്ച് ഔഷധമാകാം.

സന്ധ്യകളെ
അസ്തമയത്തിന്
തൊട്ടുമുമ്പ്
ചക്രവാളത്തിൽത്തന്നെ

നിശ്ചലമാക്കാം.

ഉള്ളിൽ മുരളുന്ന
മഹാബ്ധിത്തിരകളെ
എതിരേറ്റെണ്ണാം.

ഉണരൂ....
ചാട്ടവാറടിയാൽ
നിലവിളിക്കുന്ന ജീവന്
സാന്ത്വനമാകാം.

ഗർവ്വുകൾ
ഊരിയെറിഞ്ഞ്
ഭാവിയിലേക്ക് പിന്നെയും
നഗ്നരാവാം.

(2021 ജനുവരി 2)

പൂർത്തിയാകാത്ത മഹാഭാരതം

യമുനയിലെ കുഞ്ഞലകളിൽ
പ്രദോഷ കിരണങ്ങൾ തട്ടി
അവളുടെ മുലകളും
അവന്റെ കുഞ്ഞിച്ചുണ്ടുകളും
തിളങ്ങി.

യാനം തുഴയാതെ തന്നെ
പിന്നെയും മുന്നോട്ട്.....

''ദാശേയീ''*
അവളെ ഞാൻ വിളിച്ചത്കേട്ട്
അവൻ പല്ലില്ലാത്ത മോണ
മുലയിൽ നിന്നടർത്തി
എന്നെ നോക്കി പിളർന്നു.

സ്വപ്നത്തിൽ ഞാൻ തിരിഞ്ഞു!!
അത് മുറിയുന്നില്ല!!

പിന്നെ,
എന്റെ കാഴ്ചയിൽ
അവളുടെ
അനാവൃതമായ മുലകൾ മാത്രം....
അവനില്ല.

ഞാനും എന്റെ സത്യവതിയും
മാത്രം.

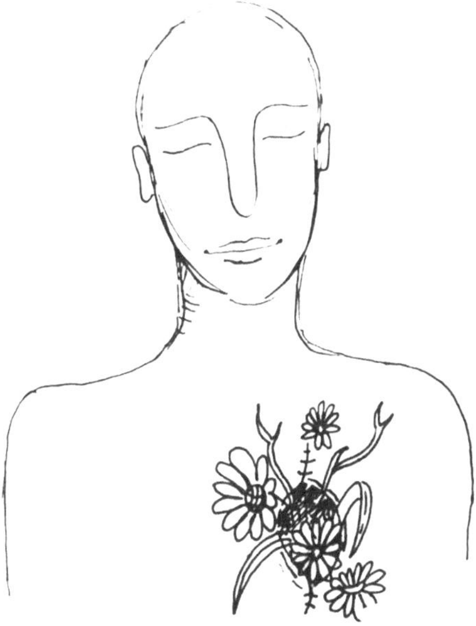

ദീർഘമായ ഒരാലിംഗനത്തിൽ
ഞങ്ങൾ ലയിച്ചു....
ഞങ്ങൾ നീന്തി....
ഉഗ്രമായൊരു സ്ഫോടനം....
ഞങ്ങൾ തീരമണഞ്ഞു
യാനവും....

ഞാനവളെ നോക്കി
പുതിയൊരു വ്യാസ ജനനം സ്വപ്നം
കണ്ടവൾ സാവധാനം പ്രേമപൂർവ്വം
കണ്ണുകൾ തുറന്നു....
ചുണ്ടുകൾ പിളർന്നു

''ന്റെ വാസവീ'' *
വാക്ക് കൊണ്ടും

ചുണ്ട് കൊണ്ടും
കണ്ണുകൾ കൊണ്ടും
ഞാനവളെ വാരിപ്പുണരവേ......

സ്വപ്നം മുറിയുകയും
നനഞ്ഞ ഒരു നിരാശത എന്നെ
പൊതിയുകയും
ഞങ്ങളുടെ വ്യാസന്റെ
ജനനം ഓർമ്മകൾ
മാത്രമായിത്തീരുകയും ചെയ്തു.

സത്യമായും ഞാൻ പരാശരനല്ല.....
പകുതിയിൽ നഷ്ടമായ
സ്വപ്നത്തിലെ
ജനിക്കാത്ത കുഞ്ഞിന്റെ
പിറക്കാത്ത അച്ഛൻ ....
സത്യേ - നീയമ്മ.....
നാം ശപ്തർ.

* വേദവ്യാസന്റെ മാതാവ് സത്യവതിയുടെ മറ്റ് രണ്ട് പേരുകൾ.

സ്വർഗ്ഗപ്പെട്ടി

അവളുടെ പേരിന്റെ കൂടെ
'ചേട്ടത്തി' എന്ന് പരിഹസിച്ചാൽ
അവൾക്ക് പ്രായക്കൂടുതലാണെന്ന്
നിങ്ങൾക്ക് തോന്നും.
പക്ഷേ
അവൾക്ക് മുപ്പത്തിരണ്ട്
വയസ്സിന്റെ സൗന്ദര്യവും
'ത്രേസ്യ' എന്ന
പേരുമുണ്ടായിരുന്നു.

ഇന്ന് പന്ത്രണ്ട് വയസ്സുള്ള
യോഹന്നാനെ
രണ്ടര വയസ്സിന്റെ ഭാരവും
ഒക്കത്ത് വെച്ചായിരുന്നു
തെമ്മാടിപ്പട്ടം കിട്ടിയ
ഭർത്താവ് വക്കച്ചൻ കിടന്ന
'സ്വർഗ്ഗപ്പെട്ടി'യുടെ
നെഞ്ചത്ത, ന്നവൾ
ഒരുപിടി മണ്ണിട്ടത്.

എല്ലാ ഞായറാഴ്ചയും,
രണ്ടാം കുർബ്ബാനക്ക് മുമ്പവൾ
തെമ്മാടിക്കുഴിയിൽച്ചെന്ന്
വക്കച്ചനോട്
മാപ്പ് ചോദിച്ച്
അങ്ങാടിപ്പള്ളിയിലെ
കുരിശടിക്ക് മുമ്പിൽ

കാത്ത് നില്ക്കും.
സൗന്ദര്യത്തോടൊപ്പം
വിശപ്പുമുണ്ടായിരുന്നവൾക്ക്.

കുർബാന കഴിഞ്ഞ് തിരക്കിൽ
ഏതോ പുരാതന
ജന്മവാസനയാൽ
സഹസ്രാബ്ദങ്ങളോളം പഴകിയ
ഇണഗന്ധം
അവരിലാരെങ്കിലും തിരിച്ചറിയും.
കാരണം
അവർക്ക് പണത്തോടൊപ്പം

ദാഹവുണ്ടായിരുന്നു.

അന്നത്തെ വൈകുന്നേരങ്ങളിൽ
മരിച്ച ശവക്കച്ചയും
മനസ്സിൽ പുതച്ച്,
സെന്റ് പോളി ബസിറങ്ങി
അങ്ങാടിപ്പള്ളി കടന്ന്
ഇടവഴിയിലൂടെ നടക്കുമ്പോൾ
കൈപിടിച്ച് കൂടെ
പള്ളിക്കെതിരെയുള്ള
കുഞ്ഞച്ചായന്റെ
'സ്വർഗ്ഗപ്പെട്ടി' വിൽക്കുന്ന കടയിൽ
സഹായിയായി നില്ക്കുന്ന
മകൻ യോഹന്നാനുമുണ്ടാവും.

ഞായറാഴ്ചകളിലെ
വക്കച്ചനോടുള്ള മാപ്പിരക്കലിന്റെ
കണ്ണുനീരിൽ അവളുടെ
ഗർഭപാത്രം
പൂത്തൊഴുകിയൊഴിഞ്ഞു.
പലപ്രാവശ്യം.

ഒരിക്കലൊരൊഴിക്കലിന്റെയി-
 ടവേളയിൽ
 അരൂപികളായ
 അർബ്ബുദത്തിന്റെ
 ചിതലുകൾ
 അവളിലേക്ക്
 നൂണ്ടിറങ്ങിയിരുന്നു.

മാനം
മഴക്കാറാൽ മൂടിയ
ഒരു ഞായറാഴ്ച
വേദന നിറച്ച സഞ്ചിയിൽ
അടുത്ത ഒരാഴ്ചത്തെ

അന്നവുമായി
സെന്റ് പോളി
ബസ് വന്നു നിന്നു.

പിറ്റേ ഞായറാഴ്ച
'സ്വർഗ്ഗപ്പെട്ടി'യുടെ ഒരു തലയ്ക്കൽ
യോഹന്നാനുമുണ്ടായിരുന്നു.
അവന്റെ രണ്ടുതുള്ളി
കണ്ണീരിനൊപ്പം ഒരുപിടി മണ്ണും
മാറത്തുവെച്ചവൾ
വക്കച്ചനൊപ്പം വേദന മറന്നുറങ്ങി.

വാക്ക്

മറക്കില്ലൊരിക്കലും മുള-
ന്തണ്ടിനീണമായ് വന്ന്
കർണ്ണങ്ങളിൽ നീ പ്രണയ
ഗീതമായ് തീർന്നതും.

നിശകളിൽ നീ
നിലാവായ് വിരിഞ്ഞതും
പിടയുമുഷ്ണത്തിൽ
മഞ്ഞായ് നിറഞ്ഞതും.

മുലപ്പാലുമായ് വന്നെന്റെ
ചുണ്ടിൽ തേനിറ്റിച്ചതും
കനിവും കിനാവും
ചാലിച്ചു തന്നതും.

ഇനിയും മറന്നില്ല,യന്നെൻ
കവിതയായ് വന്നതും
നെറുകയിൽ ചുംബിച്ച്
സാന്ത്വനം തന്നതും.

നീ തന്ന നോവിന്റെ
ചുഴലിയും വേവും
ഇരുളിൽ വേതാള
രാഗമായ് നിൽക്കേ,

മുറിവുമായ്, പൊള്ളുന്ന
തീയുമായി പാതയിൽ

വിലപിച്ചു വിലപിച്ച-
നാഥനായുരുകേ,

മറക്കില്ലൊരിക്കലും
പാതാളച്ചുഴികളിൽ
കത്തും കനൽപോൽ
നീ തന്ന ചുംബനാലിംഗനം.

മരം

മുളയ്ക്കാൻ
വെമ്പുന്നൊരു
വിത്തായിരുന്നു
ഞാൻ നട്ടത്.

നരകത്തീയിൽ
നിന്നത്
മോക്ഷം
നൽകുമെന്നാശിച്ചു.

പക്ഷേ,
പോത്തിൻ കൊമ്പിൽ
കിളിർത്ത
കഴുകു നഖങ്ങളായിരുന്നു
അതിന്റെ ചില്ലകൾ.

ഇലകളില്ലാത്ത
ശിഖരങ്ങൾ
മരണത്തെ
ഓർമ്മിപ്പിച്ചു.

കവിത വിരിയുന്നതിന്മുമ്പ്
പ്രാണൻ പോകുന്ന
സംഗീതം കേൾക്കുന്നുണ്ട്.

മരവും മരണമാകാം.

(2023 സെപ്റ്റംബർ 5)

പുസ്തകം

കാരണങ്ങളില്ലാതെയായിരുന്നു
എന്റെയാകാശം
മൂടപ്പെട്ടതും
പൊട്ടിത്തെറിക്കാനാഞ്ഞതും.

നിന്നെ തുറക്കുമ്പോൾ
പച്ചച്ചോരയുടെ
സംഗീതമാണ്
ഞാനറിയുന്നത.്

വലിഞ്ഞുമുറുകിയ
മൃഗത്തോലിലേക്ക്
വീഴുന്ന
മഴത്തുള്ളിത്താളത്തിലാണ്
നിന്നിലെ വാക്കുകളുടെ
നിശ്വാസം ഞാൻ
കേൾക്കുന്നത്.

എനിക്കറിയാം
എന്നിൽ നീയുണ്ടന്ന്
ചങ്കിലൊരു
കടലാഴമായി.

നീ
വറ്റുമ്പോഴാണ്
എന്റെയക്ഷരങ്ങളെ
നിന്നിൽ നിന്നടർത്തിമാറ്റി,

പച്ചോലയിൽ കെട്ടി
ചക്രവാളത്തിന്റെയതിരിൽ
ഞാനുപേക്ഷിക്കുന്നത്.

(ഇമാജിനി & പൊയീസ എന്ന പ്രസിദ്ധമായ ഇറ്റാലിയൻ ബ്ലോഗിൽ 2023 സെപ്റ്റംബർ 24-ാം തീയതി ഇതിന്റെ ഇംഗ്ലീഷ് പരിഭാഷ പ്രസിദ്ധീകരിച്ചിരുന്നു).

ദിവസം

സന്ധ്യകൾ
****

പകലിന്റെ
മുഷിഞ്ഞ
തിരക്കുകളൂരിയെറിഞ്ഞ്
കുളിച്ച് കേറിവരുന്നവർ
പുതിയ വികാരങ്ങളെ
സ്വാഗതം ചെയ്യുന്നവർ
മൊബൈലിന്റെ
വെള്ളിവെളിച്ചത്തിലേക്ക്
ധൃതിപ്പെടുന്നവർ.

രാത്രികൾ
****

കരിന്തിരി കത്തിയ
സന്ധ്യയെ നിർഭയം
ഊതിഞെരിച്ച് കൊല്ലുന്നവർ
പ്രേതനൃത്തം കഴിഞ്ഞ്
വിയർപ്പും വഴുവഴുപ്പുമായൊരു
"ഗുഡ് നൈറ്റി"ന്റെ
കോട്ടുവാ വിട്ടുറങ്ങുന്നവർ.

പുലരികൾ
****

ഉറക്കച്ചടവും
ഒട്ടലും
പല്ലുതേക്കാത്ത
ചിരിയുമായി
അർത്ഥമില്ലാത്തൊരു
''ഗുഡ് മോർണിംഗ്'' വാട്സാപ്പ്
സന്ദേശവുമായുണരുന്നവർ

പകലുകൾ
****

അറുതികളില്ലാതെ
അനാവശ്യവേഗങ്ങളുടെ
ഭ്രാന്തിൽ ജീവിക്കുന്നവർ.
സന്ധ്യകളുടേയും
രാത്രികളുടേയും
നശിച്ച സ്വപ്നം തിന്നുന്നവർ.
ഒരു സൂര്യാസ്തമയത്തിനും
അടുത്ത സൂര്യാസ്തമയത്തിനുമിടയിൽ
ചത്തു ജീവിതം തേടുന്നവർ.

''ജലത്തെ സ്വപ്നം കാണുന്നത്
ഗർഭപാത്രത്തിലേക്ക് മടങ്ങിപ്പോകാനുള്ള
ഉപബോധ വാസനയെയാണ് കാണിക്കുന്നത്''
- ചാർളി ചാപ്ലിൻ -

ഗർഭപാത്രത്തിലേക്ക് വീണ്ടും

പണ്ടൊരു രാത്രിയിൽ
ബീഡിക്കണ്ണിന്റെ
അസ്വസ്ഥതയിലൂടെ
ചാണകം മെഴുകിയ
തറയിലേക്ക്
വലിയൊരു നിലവിളിയും
തുടർന്നൊരു
പിളുന്നു കരച്ചിലും
കടന്നുവന്നു.

സാൽവദോർദാലി
ചിത്രത്തിൽ നിന്നെന്നപോലെ
ഒരു ഘടികാരത്തിൽക്കൂടി
സമയം ജലത്തുള്ളികളായി
വീണുകൊണ്ടിരിക്കുകയായി-
രുന്നപ്പോൾ

ഓലമേഞ്ഞ വീടിന്റെ
പലകഭിത്തിപൊളിച്ച്
ഇരുളകന്നൊരു
കണ്ണാടിയിൽക്കൂടി
യാത്രയും തുടങ്ങുകയായി-
രുന്നന്നുമുതൽ.

ചുവന്ന പുഞ്ചിരികളുടെ
കറുത്തചുണ്ടുമായി
ഉഷ്ണം പൂക്കുന്ന
താഴ്‌വരകളിൽക്കൂടി,
ചുടലമണക്കുന്ന ചതഞ്ഞ തലച്ചോറുമായി
കൊഴുപ്പുറഞ്ഞൊ-
രിരുട്ടിനെത്തേടി,
കാലത്തെ ഏണിയാക്കി,
ജന്മത്തെ ശപിച്ച്,
ജലത്തെ സ്വപ്നം കണ്ട്
അവസാനത്തിലേക്കുള്ള
പ്രണയം
ആരംഭിച്ചതും
അപ്പോൾ
തന്നെയായിരുന്നു.

(2020 - ജനുവരി)

പിറന്നാൾ സദ്യ

ചിരവയുടെ നാവിൽ
നിന്നൊരുമുറി
'തേങ്ങ'ലുരയുന്നു

ഉപ്പു കല്ലിലൊരു
കടൽ
ഗന്ധമിരമ്പുന്നു.

ഉണക്കമുളകിൽ
നിന്നൊരു
പാടത്തിന്റെ
ചുവപ്പെരിയുന്നു.

ചുവന്നുള്ളിയുടെ
മാംസത്തിന്റെ
വിശപ്പിൽ നിന്നൊരു
ഗ്രാമം കരയുന്നു.

ഒരു കട്ടിയുള്ള
മരത്തിന്റെ
കുഞ്ഞിലകൾക്കിടയ്ക്ക്
തൂങ്ങിയാടുന്ന ഒരു
ഫലത്തിന്റെ
കുരുകളഞ്ഞ
സത്ത് പുളിയ്ക്കുന്നു.

തേങ്ങിക്കരഞ്ഞ്,

വിയർത്തുപ്പായി
എന്റെ പെണ്ണൊരു
കല്ലിലരയുന്നു.

വിശപ്പാറ്റുന്ന ചോറിനൊപ്പം
എന്റയീ
പിറന്നാൾ
സദ്യയിൽ
'ചമ്മന്തി'യായി
നീ
കുഴഞ്ഞുരുളകളാവുക.

(2020 ഒക്ടോബർ)

അയാളുടെ ഒരു ദിവസം

പരിചയമുള്ള
ആരൊക്കെയോ വലിച്ചെറിയുന്ന
പരിഹാസച്ചിരിയിൽ
ശ്വാസം മുട്ടിക്കൊണ്ടായിരുന്നു
അയാളുടെ
ഈ ദിവസവും.

പല ചുണ്ടുകളിൽ നിന്നും
പറന്നുവരുന്ന പുഞ്ചിരികളിലും
കാണുന്നുണ്ടായിരുന്നു
എങ്ങുമെത്താത്തവനോടുള്ള
പുച്ഛങ്ങൾ.

മാറിമാറിയിളവേൽക്കുന്ന
വാടക വീടിന്റെ
അകത്തളങ്ങളിലെ
നെടുവീർപ്പുകളിൽ
കടവും കാലവും നീട്ടുന്ന
പെരുക്കസംഖ്യ
കൂട്ടിക്കിഴിക്കാറുണ്ട്
പലപ്പോഴുമയാൾ.

ഓരോ ദിനവുമിരുളുമ്പോൾ
സ്വപ്നത്തിലെ പിറ്റേദിവസത്തി-
ലൊരു സൂര്യവെളിച്ചം
നിറയുകയും
ഒന്നുറങ്ങിയെഴുന്നേൽക്കുന്ന

പകൽ വെട്ടത്തിൽ
ഇരുട്ട്
പൊതിയുകയും ചെയ്യുന്ന
ജാലവിദ്യയാണയാളുടെയാ
കലണ്ടർ.

പകുതിയിൽ വെച്ച്
ശ്വാസം നിലയ്ക്കൊന്നൊ-
രിരുചക്രവാഹനം
തള്ളുവണ്ടിയായി മാറുന്നൊരു
മാന്ത്രികത
സ്വന്തമായിട്ടുണ്ടയാൾക്ക്.

അഹന്തയിടംവലം പൂക്കുന്ന
മനസ്സുമായി
വിജ്ഞാനങ്ങളുടേയും

വിനോദങ്ങളുടേയും
ആരും വരാത്തൊരു

പുസ്തകശാലാമുറിയിൽ
മരിച്ചവരും ജീവിച്ചിരിക്കുന്നവരുമായ
എഴുത്തുകാരുടെ,
ആർക്കും വേണ്ടാത്ത
പിറുപിറുപ്പുകൾ കേട്ടുറങ്ങുന്ന
''പുസ്തകൻ'' എന്ന് സ്വയവും
മറ്റുള്ളവരും
അടയാളപ്പെടുത്തിയിട്ടുണ്ടയാളെ.

വൈകുന്നേരങ്ങളുടെ
തിരക്കുകളിലൂടെ ഊളിയിട്ട്
മീനും
പച്ചക്കറികളും
പഴങ്ങളും
പലഹാരങ്ങളും വിൽക്കുന്ന
കടകളുടെ ഗന്ധങ്ങളിലൂടെ
കൊതിച്ച് കൊതിച്ച്
കടന്നുപോകുന്നുണ്ടയാൾ.

അതേ കൊതികളെ
അല്പം കൂട്ടിഗുണിച്ച്
പ്രതീക്ഷകളാക്കിയ
രണ്ട് കുഞ്ഞ് മുഖങ്ങളെ
അവഗണിച്ച്,
വേട്ട പെണ്ണിന്റെ നിസ്സഹായ
നോട്ടത്തിലൂടെ
'സൈക്കിളിൽനിന്ന് വീണ'വന്റെ
ചമ്മിയ ചിരിയുമായി
കുളിമുറിയുടെ
സാന്ത്വനത്തിലേക്കൊളിക്കുന്നുണ്ടയാൾ.

അങ്ങനെ

അടുത്തെത്തുന്ന ജന്മദിനത്തിൽ
മുഖപുസ്തകത്തിലെ
ആശംസകളിലേക്കിറങ്ങുന്നതിന്
മാത്രമായിട്ടൊരു ദിവസം കൂടി
നേടുന്നുണ്ടയാൾ!!

പാബ്ലോ നെരൂദയ്ക്കൊരു പ്രണയഗീതം

**പാബ്ലോ നെരൂദയുടെ 'ഇരുപത് പ്രണയ കവിതകൾ' എന്ന സച്ചിദാനന്ദൻ മാഷിന്റെ വിവർത്തനം വായിച്ചതിൽ നിന്നുള്ള പ്രചോദനം.*

നെരൂദാ......
നീയെനിക്ക് തന്ന
പ്രണയത്തിന്റെ
ഹയാന്തീസ് പൂക്കളിൽ
പുലരി നിറഞ്ഞിരിക്കുന്നു.

ദേവതാരുക്കളുടെ
വിശാലതയിൽ
ഉച്ചനേരങ്ങളിലേക്ക് ചാഞ്ഞ്
നിന്റെ പ്രണയ ഗീതങ്ങൾ കേട്ട്
നിന്നെഞാൻ
സ്പർശിച്ചുകൊണ്ടേയിരിക്കുന്നു.

നീ കവിത അന്വേഷിച്ച് നടന്ന
'ചിലി' യിലെ
പരാലിൻ* തെരുവുകളിൽ
പഴയപടി
നിന്നെയോർത്ത്
പെരും തീയിൽ
ഞാനും വേവുന്നു.
വീട്പോലുള്ള
നിന്റെ ഹൃദയത്തിൽ നിന്ന്-

ഉതിർന്നുവീണ
പ്രാർത്ഥനകളുടെ രക്തം
എന്നെ പ്രണയിക്കാൻ പഠിപ്പിച്ചു
എങ്കിലും നെരൂദാ.....
നീയെനിക്ക് നൽകിയ
ഇരുണ്ട ഹേയ്സൽ പുഷ്പങ്ങൾ
നീതാന്ത പ്രണയത്തിന്റെ
കറുത്ത തിരമാലകളിൽപ്പെട്ട്
മരിച്ച വാക്കുകളായി
പരിണമിച്ചിട്ടുണ്ട്
പ്രിയമുള്ളവനേ,
എങ്കിലും
മുറിഞ്ഞ ഒരു വിരലും
അല്പം ചോരപുരണ്ട
കവിതയും
ഞാൻ
നിനക്കുവേണ്ടി
മാറ്റിവെച്ചിട്ടുണ്ട്.

*(*ചിലിയിലെ പരാലിൻ എന്ന സ്ഥലത്താണ് പാബ്ലോ നെരൂദയു ടെ ജനനം)*

ശിഷ്ടം (ഇഷ്ടങ്ങൾ)

അമ്മേ!!
****

ഉടലുരുക്കിയ
ഗന്ധത്തിൽ നിന്ന്
വിയർപ്പുപ്പുചാലിച്ച്
നിങ്ങളെന്റെ
പാഥേയത്തിന്
സ്വാദ് നൽകി.

ഋതുവേ!!
****

ഒരിലയുടെ
തുമ്പിൽ നിന്നൊരു
മഞ്ഞുതുള്ളി
നിന്റെ മുലക്കണ്ണുകളെ
പ്രണയിക്കുന്നത്
വിശാലമായൊരു
ക്യാൻവാസിന്റെ
നടുവിൽ ഞാൻ കാണുന്നു.

കാലമേ!!
****

മഴവില്ലിൻ നിന്ന്
നിറങ്ങൾ
തട്ടിപ്പറിച്ചെടുത്തിട്ടാണ്

നിന്റെ നാഭിയിൽ ഞാൻ
ആയുസ്സിന്റെ
നീളമളന്നത്.

സ്നേഹമേ....!!
****
സ്വപ്നങ്ങളുടെ
കമ്മട്ടത്തിലടിച്ച
പ്രതീക്ഷകളുടെ
നാണയത്തുട്ടുകളായിരുന്നു
എന്റെ
തിരസ്കാരത്തിന്
നീ
പ്രതിഫലമായി നീട്ടിയത്.

നക്ഷത്രങ്ങളേ...!!
****
നിങ്ങളുടെ കണ്ണുകളിൽ നിന്ന്
അപഹരിച്ചെടുത്ത
പരുക്കേറ്റ
കവിതയുടെ
മുറിവിൽക്കെട്ടാൻ
ഞാനൊരുതുള്ളി
ഔഷധം സൂക്ഷിച്ചിട്ടുണ്ടായിരുന്നു.
എന്റെയൊരു
കൂട്ടുകാരിയത് തട്ടിയെറിഞ്ഞു.

കൂട്ടുകാരീ.....!!
****
ഒരു നാവികന്റെ
കപ്പൽസഞ്ചാരം പോലെ
നിന്നിലേക്കെപ്പോഴും ഞാൻ

ചാലുകൾ തുറക്കുന്നുണ്ടായിരുന്നു.
സഹനത്തിന്റെ
മഷിനിറച്ചൊരു പേനയും
വാക്കിന്റെ വിരൽത്തുമ്പും
നീയെനിക്ക് നൽകിയ
പ്രലോഭനങ്ങളായിരുന്നു.

മരണമേ.....!!
****

കറുത്ത നിറത്തിൽ
ചാലിച്ചൊരു തിരമാലയുമായി
നീ വരുമെന്നെനിക്കറിയാം
ശിഷ്ടമൊന്നുമില്ലാത്ത
എന്റെയിടനെഞ്ചിൽ
നിന്റെ നന്തുണി പാടുന്നുണ്ട്.

വിശപ്പത്രമേൽ തീക്ഷ്ണമാണ്

(2022 ജൂലൈ മാസം 21 ദിവസം കോട്ടയം മെഡിക്കൽ കോളേജിൽ പാൻക്രിയാടൈറ്റിസ് എന്ന രോഗം മൂലം വേദനിച്ച നാളുകളൊന്നിൽ എഴുതിയത്)

വിശപ്പത്രമേൽ തീക്ഷ്ണമാണ.്
ഒരു മുന്തിരിക്ക്.....
ഒരേയൊരു മുന്തിരി മണിക്ക്,
ഒരല്ലിയോറഞ്ചിന്,
ഒരാപ്പിൾ കഷണത്തിന്
കൊതിച്ച കുട്ടിക്കാലം....
കിട്ടാതിരുന്ന
അന്നിന്റെ ഓർമ്മയിൽ
കൊതിതീരെയില്ലാത്ത
ഇന്നുകൾ.

പക്ഷേ,
ഇവിടെയീ
ആശുപത്രി ശയ്യയിൽ
ഒരു നീർത്തുള്ളിയുടെ
തണുപ്പിനായിപ്പോലും
നാവ് കരയുന്നു.
കാരണം
വിശപ്പത്രമേൽ തീക്ഷ്ണമാണ.്

അവജ്ഞയോടെ
തിരസ്കരിച്ചിട്ടുള്ള ബിസ്ക്കറ്റിന്റെ
മണവും ഇപ്പോളെത്ര ഹൃദ്യം!!

അയൽക്കിടക്കകളിലെ
ഭക്ഷണങ്ങൾക്കെന്ത് മധുരം
വിശപ്പത്രമേൽ തീക്ഷ്ണമാണ്.

കൂട്ടിനുള്ളവർ തുറക്കുന്ന
പൊതിയിലെ
ഇലച്ചോറിനെന്ത് രുചിയെന്ന്
മൂക്ക് നാവിനോട്
വിശേഷം പറയുന്നു.
വിശപ്പത്രമേൽ തീക്ഷ്ണമാണ്.

വരുന്നുണ്ട്
മാലാഖമാർ .
ഞരമ്പുതേടുന്ന

പഞ്ഞിയിലെ
സ്പിരിറ്റിന്റെ തണുപ്പ്,
സൂചിനീറ്റലിന്റെ സുഖം.

അടുത്തനാൾ
വായിലൂടെ
വയറ്റിലെത്തുന്ന
ക്യാമറക്കണ്ണുകൾ പറയും
രോഗതീവ്രത

ആഗ്നേയ ഗ്രന്ഥിക്കാണ്
പണിമുടക്കം.
അതുകൊണ്ടാണ്
അഗ്നിക്കുഞ്ഞുങ്ങൾ
ആമാശയം തുളയ്ക്കുന്നത്
വിശപ്പത്രമേൽ തീക്ഷ്ണമാണ്.

വസന്തഗീതം

ആദ്യവരികൾക്ക് പാബ്ലോ നെരൂദയോട് കടപ്പാട്.

'ഗോതമ്പു നിറമുള്ള പകലുകൾ
പച്ചില നാവ് കൊണ്ട്
പൈൻ മരങ്ങൾ പാടുന്നു.
മാനവും സൂര്യനും പിന്നെ നീയും
അനുഗാനം പാടുന്നു.'

ദൂരെ,
ലെബനോണിലൊരു
ഒലിവ് മരക്കൊമ്പത്ത്
ഈ വസന്തത്തിന്റെ
ഗീതവും പാടി
ഞാനും.

കൗതുകം മണക്കുന്ന ഒരുപാട്
കുഞ്ഞുങ്ങളുടെ
കണ്ണുകൾ നിനക്ക് ചുറ്റും.
അവരെ പൈൻ മരങ്ങൾ പാടിയ
പാട്ട് പഠിപ്പിക്കുന്ന
തിരക്കിലാണ്
നീയിപ്പോൾ.

ഞാൻ,
നിന്റെ
കുഞ്ഞുങ്ങളുടെ
കണ്ണുകളിലെ വെളിച്ചം

ഹൃദയത്തിലേറ്റ്വാങ്ങി.
വിരഹാർത്തിയുടെ
ഗാനം മറന്ന്
ധ്യാന നിമഗ്നനാവുന്നു.

കവിതയുടെ തലയിലെഴുത്ത്

അർദ്ധ ചന്ദ്രൻ
ആകാശത്തുത്സവത്തിലാണ്
ആകാശത്തിനും
താഴെ
മരങ്ങൾക്കും
താഴെ
മരച്ചില്ലകളാലും
ഇലകളാലും മറയ്ക്കപ്പെട്ട
നിലാവിന്റെ
നിലവിളിക്കിടയിലേക്ക്
നിഴൽ ചിരിക്കുന്നു.

നിഴൽ ചിരിക്കുമ്പോഴും
ദൂരെ കടന്നുപോകുന്ന
തീവണ്ടിയുടെ ചാവേർ കൊലവിളി
അവസാനിക്കുന്നിടത്ത് നിന്ന്
ഇണയെത്തേടുന്നവന്റെ
ദു:ഖം പോലൊരു
മൂങ്ങയുടെ തേങ്ങലുറയുന്നു.

മൂങ്ങയുടെ തേങ്ങലിന്റെ
തേട്ടലിൽനിന്ന്
പിശാച് ബാധിച്ചൊരു
ദുർമന്ത്രവാദിനിയുടെ
ക്രൗര്യത്തിലെരിയുന്നൊരാക്രോശത്തിൽ
ഒരു രാത്രി കൂടി
മരിക്കുന്നു.

രാത്രിയുടെ മരണം കണ്ട
ഭയത്താൽ
തണുത്തുറഞ്ഞ ഹൃദയത്തിൽ
പറയാത്തവാക്കുകൾ
കെട്ടിക്കിടക്കുന്നു.

പറയാത്ത വാക്കുകൾ
ചുണ്ടിൽ നിന്ന്
പറന്നു പോകാനാവാതെ
അവിടെത്തന്നെ
മരിച്ച് മരവിച്ചിരിക്കുന്നു.

മരിച്ച് മരവിച്ച
വാക്കുകളിലൂടെയായിരുന്നു
തലയിലെഴുത്തെന്ന
കവിതയും പേറി
രാത്രികളിലൂടെയുള്ള
എന്റെ അവസാനിക്കാത്ത യാത്രയും.

കടം വാങ്ങി മുടിഞ്ഞ മാവ്

(മഹാകവി പി. കുഞ്ഞിരാമൻ നായരോട് കടപ്പാട്)

പൂക്കാൻ
അമ്മയ്ക്ക്
വാൽസല്യം കൊടുത്തത്
വസന്തമായിരുന്നു.
എന്നെ
പ്രസവിക്കാനും

ആവോളം
കോരിച്ചൊരിഞ്ഞ്
അവൾക്ക്
പിന്നെയും
നിറയെ
സന്താനങ്ങളെ
നൽകിക്കൊണ്ടിരുന്നു
എന്നെ
ക്കൂടാതെ.

തണലേകി
വാടിപ്പഴുത്ത്
എന്റെ ഇലകളും ചില്ലകളും
കരിഞ്ഞ് വീഴുമ്പോഴും
കരുണകാട്ടിയില്ല
വസന്തമെന്നോട.്

ഇന്ദ്രിയങ്ങളിൽ

ഭ്രാന്ത് നിറച്ച്
ഞാൻ
കാത്തിരുന്നുകൊണ്ടേയിരുന്നു.

കാറ്റിനോടും
മഴയോടും
വെയിലിനോടുമൊക്കെ
കടം വാങ്ങി
ഞാൻ
എന്നെത്തന്നെ
ഊഷ്മളമാക്കിക്കൊണ്ടേയിരുന്നു.
നാണമേതുമില്ലാതെ.

ഉറക്കമില്ലാത്ത
എന്റെയെത്രയോ
നിലാവുകൾ
പുഷ്പിക്കാതെ പോകുന്നു.

കായ്ക്കാത്ത എന്നെ
പകൽച്ചൂട്
പരിഹസിച്ച്
പുണരുന്നു.

കടം വാങ്ങി വാങ്ങി
മുടിഞ്ഞുമുടിഞ്ഞിനി
എത്രനാൾ നില്ക്കണം
ഒരു കൊടുങ്കാറ്റ് വന്നെന്നെ
പിഴുതെറിയാൻ?

ഏണസ്റ്റ് ഹെമിംഗ്‌വേയ്ക്ക് ഒരോർമ്മ ഗീതം

ഒരൊറ്റപ്പെട്ട
കുടിലിൽ
ഇരുട്ടിൽ
തുറുകണ്ണുകളുമായി
കിടക്കുമ്പോൾ
ഭൂതകാലത്തിന്റെ
നിലവിളികളെ
വിസ്മൃതിയിൽ ലയിപ്പിച്ചുകൊണ്ട്
കിഴവനിൽ വർത്തമാന കാലത്തിന്റെ
ഭീതികൾ വന്നു വിളിക്കുന്നുണ്ട്.

ഭാവിയുടെ സ്വപ്നങ്ങളിൽ
കിളികളും പാട്ടും കാറ്റും
സുഗന്ധവും സൂര്യചന്ദ്രന്മാരും
അയാളും നമ്മളും
നിറയുന്നുണ്ട്.
സ്വപ്നമുണരുമ്പോൾ
ആയാൾമാത്രം ഒറ്റയ്ക്ക്
തിരിച്ചുവരുന്നുണ്ട്.

ഒരു കടലാസു വഞ്ചി
അയാളോടൊപ്പം തത്തിത്തത്തി
കടലാഴത്തിന് മീതെ
പിന്തുടരുന്നുണ്ട്.
മൽസ്യത്തിന്റെ അസ്ഥികൂടം
ചൂണ്ടയിൽ

കുരുങ്ങുന്നുണ്ട്.
ഹെമിംഗ്വേ പുഞ്ചിരിക്കുന്നുണ്ട്
കിഴവനിൽ
പ്രതീക്ഷകൾ പൂക്കുന്നുമുണ്ട്.

ആൽബം

ഇലകളുടെ
ഉദരത്തിലൂടെ
ഒരു
ശിശിരസൂര്യൻ
വിരലോടിച്ച്
വീണമീട്ടുന്നു.

രാത്രിയുടെ
ഘനശയ്യയിൽ
നിന്നുണർന്നൊരു
ചെമ്പകപ്പൂവ്
ഗന്ധമറ്റ്
തലതാഴ്ത്തുന്നു.

ഉലപോലെ
ചുട്ടുപഴുത്ത
നമ്മുടെ
ഹൃദയങ്ങൾ
വേഴാമ്പലാകുന്നു.

പന്തംപോലെ
കത്തിയെരിയുന്ന
നിന്റെ കണ്ണുകളിലൂടപ്പോൾ
ഞാൻ
ലോകത്തിന്റെ
ആൽബം
കാണുന്നുണ്ടായിരുന്നു.

നമ്മിലെത്താൻ

"നമുക്കെന്തൊരു
ധൃതിയാണ്,
പരസ്പരം
നമ്മിലെത്താൻ.

പകലുകൾ
അനന്തമാണ്
രാത്രികൾ
ഹ്രസ്വവും.

വാക്കുകൾ
അകലങ്ങളുടെ
ആൾമറ മറികടന്ന്
കലഹങ്ങളിലേക്ക്
നീന്തുന്നു.

ഉടലുകൾ
രണ്ടിൽ നിന്നും
വീണ്ടും
രണ്ടാകുന്ന മടുപ്പ.്

വേഗത്തിൽ
നമ്മിൽ നിന്ന് തന്നെ
നമ്മൾ ഓടി രക്ഷപ്പെടുകയാണ്.
രാവൊടുങ്ങുന്നതിന് മുമ്പ്
പരസ്പരം
നമ്മിലെത്താൻ."

ആധുനിക കവിത

ഒരു
'വെബ് ക്യാമറ'യിൽ
നിന്നെ ശേഖരിച്ച്
'സ്കാനറി'ൽ വെച്ച്
'പ്രിന്ററിലൂടെ ഞാൻ
തിരിച്ചെടുക്കുന്നു.
അപ്പോൾ
നിന്റെ കണ്ണുകളിൽ നിന്ന്
ഒരു 'ലേസർ' വെളിച്ചം
പുറപ്പെടുകയും
എന്റെ
തലച്ചോറിലെ
'മെമ്മറി'യിൽ
'പ്രോഗ്രാ'മുകൾ
അലറുകയും ചെയ്യുന്നു.
ഒരു 'സ്പീക്കറി'ലൂടെ
'ബീപ് ബീപ്' ശബ്ദം
ഉച്ചസ്ഥായിയിൽ
കടന്നുവരുന്നു.
അപ്പോൾത്തന്നെ
നിന്റെ മുലക്കണ്ണുകളിൽ നിന്ന്
പാൽ വെളിച്ചം
എന്റെ
ചുണ്ടുകളിൽ
വീഴുന്നു.
ഉറക്കം
പതുക്കെ കൺപോളകളെ

താഴ്ത്തുന്നു.
അപ്പോൾ മുതൽ
എന്റെ തലച്ചോർ
കവിതയുടെ
നിലവിളികളിലേക്ക്
'സേർച്ച്' ചെയ്യുന്നുണ്ടായിരുന്നു.

മറവി

അക്ഷരങ്ങളാൽ
കളിവീട് നിർമ്മിക്കും
നേരമെപ്പോഴോയെൻ
നേരിന്റെ വിത്ത്
മറവി തൻ മണ്ണിൽ
വീണു മാഞ്ഞുപോയ്.

ജീവശ്വാസങ്ങളൂ-
തിത്തെളിച്ച്
തേടിത്തേടിയെൻ
രാവൊടുങ്ങീടവേ,
ഇനിവരില്ലയെൻ
വാക്കിന്റെ വൃക്ഷങ്ങൾ
കവിതയായെന്റെ
നോവിന്ന് മേലാപ്പായ്.

പ്രേതവിവർത്തനം

മരച്ചീനിത്തണ്ടിന്റെ
താലിമാലയുമിട്ട്
പഴയൊരമ്മി,ക്കുഴവിയുടെ
കുഞ്ഞുമായി
എന്റെ കളിക്കടയിലേക്കന്നവൾ
കയറിവന്നു.

തുമ്പയിലമുളകും
ചരൽമല്ലിയും മണ്ണരിയും
കൽക്കട്ടി തൂക്കമിട്ട് ഞാനവൾക്ക് നൽകി.
കമ്യൂണിസ്റ്റിലയുടെ
പണം അടുക്കി അവളെനിക്ക് തന്നു.

തുപ്പലിന്റെ മണമുള്ള
നാരങ്ങാമിഠായികൾ
ഞങ്ങളൊരുമിച്ച്
രുചിച്ചു.

കാലക്കറക്കത്തിൽ
ഞങ്ങളന്യരാവുകയും
കാലടിപ്പാടുകൾവീണ
മണ്ണ് ഒലിച്ചുപോവുകയും
മിഠായി മധുരം നഷ്ടപ്പെടുകയും
മറവിയുടെ ചിലന്തികൾ
പെരുകുകയും ചെയ്തു.

ഇന്നലെ,

പരിചിതമല്ലാത്ത
ഒരു ഫോൺ നമ്പറിൽ നിന്ന്
ഉറുമ്പരിച്ചൊരു മൃതദേഹത്തിന്റെ
ദുർഗ്ഗന്ധം കേട്ടു.
അതവളെക്കുറിച്ചുള്ളതായിരുന്നു.

ഇനിയുള്ള രാത്രികളിൽ
മണ്ണരിയും തുമ്പയിലമുളകും
ഇലപ്പച്ച മണവും തുപ്പൽ രുചിയും
എന്റെ
ഉറക്കങ്ങളെ
ഓർമ്മകളുടെ പ്രേതങ്ങളിലേക്ക്
വിവർത്തനം ചെയ്യുമായിരിക്കും.

വിശ്വാസം

പശുവിനെക്കെട്ടാൻ
പോയപ്പോ
യാദൃശ്ചികമായി കയറ്
കഴുത്തിൽ കുരുങ്ങിയാണ്
പാട് വീണതെന്ന്
ഞങ്ങളെ
അടുത്തറിയാവുന്നവർ
പോലും
മൂക്കത്ത് വിരൽവെച്ചല്ലോ!!

ബ്ലൗസിലൂടെ
ഇടത് മുല വീങ്ങിയത് നോക്കി
അതിശയിച്ച കൂട്ടുകാരിയുടെ
ചെവിയിൽ പറഞ്ഞത്
കേട്ടവൾ
പൊട്ടിച്ചിരിച്ചപ്പോൾ
പോയ രാത്രിയിലൊരു
കള്ളുകുപ്പിയുടെ അടികൊണ്ടു
വീർത്തത് ചങ്കിലല്ലായിരുന്നു എന്ന്
ഞാനും വിശ്വസിച്ചല്ലോ!!

ചുള്ളിവെട്ടിയിട്ടാ ഇടതു
കൈയ്യേലെ
ഞരമ്പ് മുറിഞ്ഞതെന്ന് പറഞ്ഞപ്പോ
അങ്ങേരൊഴിച്ച്
ഡോക്ടറ് വരെ
വിശ്വസിച്ചല്ലോ!!

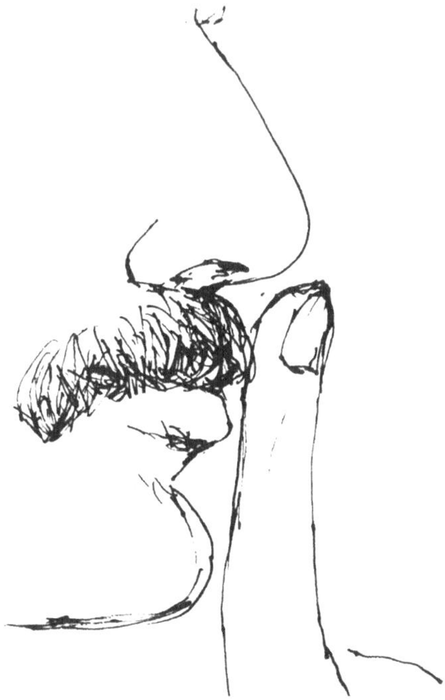

ചവിട്ടേറ്റ് ചോര ഒഴുകി
അടിവയർ വേദനിച്ചപ്പോൾ
ക്രമം തെറ്റിയ ആർത്തവമാണന്ന്
പറഞ്ഞതും കൂട്ടുകാർ
വിശ്വസിച്ചല്ലോ!!

'കല്യാണരാമൻ'
സിനിമേലേപ്പോലെ
സ്ലാബിന്റെ മോളീന്ന്
മണ്ണെണ്ണയെടുത്തപ്പം
അടുപ്പിൽ തീയില്ലാത്തത് കൊണ്ടാ
ഞാൻ കത്തിത്തീരാഞ്ഞതെന്ന്
പറഞ്ഞപ്പോഴും
എല്ലാരും വിശ്വസിച്ചല്ലോ!!

കള്ളും കുടിച്ച് ലക്കില്ലാതെ
മൂത്രമൊഴിക്കാൻ
അടുക്കളേന്ന് വടക്കേപ്രത്തോട്ടിറങ്ങിയപ്പം
കട്ടളപ്പടിയേൽ കാലിടിച്ച് തെന്നി
തല വെളിയിൽ കല്ലേൽ ഇടിച്ചാ
അങ്ങേര് ചത്തേന്ന്
പറഞ്ഞപ്പോ
മാത്രമെന്താ ആരും
വിശ്വസിക്കാഞ്ഞത്??!!